ததாகம்

ததாகம்

வசுமித்ர

எழுத்து பிரசுரம்

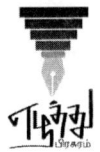

ததாகம்
Thathaagam © 2020 Vasumithra

First Edition by Ezutthu Prachuram : October2020
(An imprint of Zero Degree Publishing)

ISBN: 978 93 88860 94 9
Title No. EP: 140

All rights reserved. No part of this publication may be reproduced, stored in a retrieval system, or transmitted, in any form or by any means, electronic, mechanical, photocopying, recording, psychic, or otherwise, without the prior permission of the publishers.

Zero Degree Publishing
No. 55(7), R Block, 6th Avenue,
Anna Nagar,
Chennai - 600 040

Website : www.zerodegreepublishing.com
E Mail   : zerodegreepublishing@gmail.com
Phone   : 98400 65000

Cover Design : Manivannan
Layout: Creative Studio
Printed at Repro India, Mumbai

மோகன்தாஸ் கரம்சந்த் காந்தி
அவர்கட்கு மரியாதையுடன்...

காமம் தொலைவிலிருந்து பார்க்கும்பொழுது எனக்கு கண் மங்காமல் இருக்கவேண்டும். அவ்வளவே.

நூலை வெளியிடும் ஜீரோ டிகிரி பதிப்பகத்திற்கும். நூல் வெளிவர உதவி செய்த நண்பன் ஆத்மார்த்திக்கும் எனது அன்பு. நூலின் முகப்பெழுத்தைத் தந்த மணிவண்ணனுக்கு முத்தங்கள். பிழைத்திருத்தம் செய்துதவிய தோழர் பவித்ரா அவர்களுக்கு மரியாதை.

வசுமித்ர

என் சுதந்திரம் காட்டிலுள்ள சிங்கத்தைப் போலாயிற்று. அது எனக்கு விரோதமாய் கர்ஜிக்கிறது. ஆதலால் அதை வெறுக்கிறேன்.

- பைபிள்

1

புணர்ச்சி
பழகு

கொஞ்சம்
எச்சரிக்கை
உடலை ஒப்படைக்கும் போது
மனதை
கொஞ்சம்
கழற்றி வை

மனம்
ஒரு குரங்கு

2

இந்தயிரவை
நடுத்தெருவில்
நிறுத்தினேன்

பிட்சையெடுக்கும்
சிவனென
என் பெயரை
அறிந்தேன்

கபால
மோட்சம்

3

சம்போ
மகாதேவ

சம்போகத்தில்
சிதறும்
கற்குறி

சமபோகத்தில்
உளறு

சகிக்கு
பிடிக்கும்

4

எனது
பிட்சைத்தட்டு
இந்த
இரவுதான்

பிட்சையிடுவோர்
உடலை
இடுக

மனதை
அளிக்க
முன்வருவோர்
மண்டியிடுக

இவ்வளவுதான்
என்
இரக்கம்

5

ஈவிரக்கம்கெட்ட
இரவை
உடலால்
பொசுக்கு

காமத்திற்கழகு
உடலை
உடலாக்குதல்

மனதை
தசையாக்குதல்

6

நச்சினார்க்கினியனே
நாணம்
உரை

என்னை
புதைக்கும்
புதைகுழியானவளுக்கு
நீ
செய்யும்
உரையென்ன

வாழ்ந்து
கடந்தவனை

புணர்ந்து
கொன்றவள்
இவளென்றா

7

காமத்தை
உரசிப் பற்றவைத்தேன்

என்னுடலில்
ஏறும்
தீ
நாணத்தை
முதலில்
எரித்து

குறியை
பற்றவைக்கிறது

8

மரணத்தை
பிளந்து பார்த்தேன்

அறுக்கப்பட்ட
காமத்தின்
நா
தசையில்
துடித்துக்கொண்டிருக்கிறது

நிறைவேறா
காமம்

கழுவேறும்
துயரம்

9

தூர்த்தன்
நான்

சகலமும்
யோனி வட்டம்

அன்னையின்
யோனிதான்
இவ்வகிலம்

உன்னையும்
என்னையும்
பெற்றவள்
பெண்ணெனச் சொல்லும்போது

ஆணெனச் சொல்ல
வெட்கமாயிருக்கிறதெனக்கு

10

நடுவிரவென்றவன்
பெண்ணை
அறிந்தவன்

உடலின்
நடுப்பகுதியில்
பசியும்
காமமும்

11

காமம்தான்
என் தர்மம்

உடல்தான்
என்
பிட்சைத் தட்டு

இடு
அல்லது
எடு

12

ஆலிங்கனத்தில்
அலறும்
காமத்தை
அணைத்துப் பழகு

காதோரம்
முனங்கும் வார்த்தைக்கு
அகராதியில்லை

கண்டுபிடி
சத்தமென்பது
குருதியினோசை

13

இரவை
இரவால்
அறிய

உனக்குத் தேவை
பகல்

பகலில்
கண்ட உடல்
இரவில் இல்லை

அறிய
உனக்கு
ஆயுள் வேண்டும்

14

*காம
தரிசனம்
தெய்வ தரிசனம்*

*ஊர்
நடுவே
உரக்கக் கத்தும் காமத்தை*

*ஒளித்து
வைக்காதே*

15

பெண்ணுடல்
அறிய
பெண்ணாகு

காமத்தில்
அவள்தான்
கருணையின்
வடிவம்

மண்டியிடுவது
காமத்திற்கழகு

16

ம்
என்ற
எழுத்து
போதுமென்ற
அர்த்தத்தை

எப்போதும்
தராது

நகர்த்தவே
அவ்வெழுத்து
படைக்கப்பட்டிருக்கிறது
அறி

17

சகி
நின்
காமத்தையறிய
என்னுடலை அனுப்புகிறேன்

கொன்றனுப்பு
அல்லது
புணர்ந்தனுப்பு

அமைதியென்பது
சாவில்
அடைவது

அவ்வளவுதான்

18

காமத்தை
புணர்ந்து பழகு

எழுதும்போது

ப்
விட்டுப் போகிறது

19

உண்டி
சுருக்குதற்
பெண்டிற்கழகு

இஃதென்
அவ்வை
சொன்னதல்ல

அவள்
பெயரில்
விதி கெட்ட
ஆண் சொன்னது

முட்டுவேன்
கொல்
தாக்குவென் கொல்

இஃதென்
அவ்வையே

எம்
அவ்வை

20

எனக்கு
புணரப்பிடிக்கும்

அழுகைக்குப் பின்னிற்கும்
விழிகள்
என்னிடம் பேச வேண்டும்
அவ்வளவே

உடலை
காமத்தால்
கண்ணீரால்
அறி

21

*காமத்தின்
தாழ்ப்பாள்
குறியல்ல*

*மனம்
அறிக*

22

மனமுடல்
காமம்
ஓர்
கயிற்றரவு

தூக்கிட்டு
தொங்கும் கணம்
உடல்
தன்னிலை
துப்பும்

மனம்
உயிர்தேடி
உடல்
கிழிக்கும்

23

காமத்தால்
உடலறி
உளமறி
உயிரறி

காமத்தால்
உடலளி

காமத்தால்
உனையளி

24

நஞ்சை
உண்ணும்போதும்
விக்கெலெடுக்கிறது

கண்ணீரில்
என்
காமம்

ஊறுகிறது

25

முலைச்சத்தமருள்வாய்
நன்னெஞ்சே
முலைச்சத்தமருள்வாய்

பித்தன்
செவி
கிறங்கித் துடிக்கிறது

உடுக்கையொலிக்கு
மேலிருக்கும்
சப்தம்
உயிர்
குடிக்கும் சப்தம்

26

துரோகத்தை
சந்தேகமில்லாமல்
முழுதாக

கறையில்லாது
செய்து முடி

கைகளை
கழுவும்போது
அழுது
பழகாதே

துயரத்திற்கும்
துரோகத்திற்கும்
தூரமதிகம்

27

நான்
எழுதுகிறேன்

கொஞ்சம்
அழுவேன்

நீங்கள்
அழுவீர்கள்
எழுதமாட்டீர்கள்

அவ்வளவு
வன்மம் மிகுந்தவன்
நான்

28

முத்தத்தை
உடலில்
இடு

பாகம்
தேடும்போது

உன் உறவை
நீ
தீர்மானிக்கிறாய்

கவனம்
முத்தம்

முத்தம்
மட்டுந்தான்

29

எனக்கு
மரணத்தின் மீது
அத்தனை
விருப்பம்

அழும்போது
நெற்றியில்
முத்தமிடும்
உதடுகள்

அத்தனை
கனிவு

30

அழுகையை
ஒளித்து வைக்கும்போது
விம்மல்
இதயத்தை
அடைக்கிறது

என்ன
செய்யவேண்டுமென்பதை
நீங்களோ
நானோ
முடிவு செய்ய வேண்டும்

அவ்வளவுதான்
அழுதுவிடலாம்

அத்தனை
துக்கத்தை அழுத்தி

முத்தத்தை
தூக்கிலிடமுடியாது

31

உன்னை
புணர்வதற்கு
வார்த்தைகள்
வைத்திருக்கிறேன்

என்னிடம்
இருப்பது
மௌன மதுதான்

குடிக்கும்போது
பேசாதே

தற்கொலையை
கைகுலுக்கும்போது
கடத்திவிடு

32

வார்த்தையை
உச்சரிக்கும்போது
கொஞ்சம்
கவனமாயிரு

வார்த்தை
குருதியால் ஆனது

கைவிடப்பட்ட
தச்சனுக்கு
இயேசுவென்று
பெயர்

33

கொஞ்சம்
இரவு

சிறிது
நஞ்சு

குடித்து
முடி

34

தன்னை
புணர்வதென்பது
தற்கொலைதான்

அழும்போது
அத்தனை
விழிகளும்

தனிமையைப் பார்ப்பது
ஏன்

35

நானொரு
வளர்ப்பு மிருகம்

வளர்ப்பவர்

நாயோ
நரியோ

சம்மதம்

36

காமம்
எனது வளர்ப்பு நாய்
குரைக்கும்
வாலாட்டாது

கடித்துத் துப்பும்
உள்ளங்கால்
தசையெலும்பு
ஊனதிர
உதிரம்
சொட்டும்

சொல்ல மறந்துவிட்டேன்

இரவை
அறுத்து வைக்கும்போது
பகல்
குருதி சொட்டும்

வெளிச்சம்
கண்
கூசும்

37

பெண்கள் சபிக்கப்பட்ட
தேவதைகளெனவும்
ஆண்கள் ஆசிர்வதிக்கப்பட்ட
சாத்தான்களெனவும்
ஒருமுறை
வசுமித்ர உறுமியது

கோரைப் பற்களில் இளங்குருதி சொட்ட
கவிதைகள் புன்னகைக்கும் போது
தனது மத்தகத்தை
கருணையில் அறைந்து தாழ்த்துகிறது

கவிதையைத் தானமிடுவதென்பது
சாபத்தை ஏவி விடுவதுதான்

சமர்ப்பித்தலென்பது
கல்லறையில் சொற்கள்

தன் தாப நாவழிக்கும் சொற்களை
உளியென பொறி பறக்கச் செதுக்குவதுதான்

கவிதை
அருந்தும்
பருகும்
தீய்க்கும்
உமிழும்
சாத்தானின் இரட்டை நாவை பிரதியெடுத்து
உள்ளிழுக்கும்
சதா உறுமியலையும்

வசுமித்ர
அதுவாகிறபோது
கவிதை தன் சாட்டையை வீசியடிக்கிறது

வரலாறு தன் கண்களையிறுக
பொத்திக்கொண்டு அம்மணத்தைத்

ததாகம்

திறந்துகாண்பிக்கிறது
குறியற்ற கவிதை
குறியை அறுத்தெறிந்த கவி

பழுக்கக் காய்ச்சிய இரும்பென
நிறையம்மணம் குளிர்ந்தடங்குகிறது
வரலாற்றை மொழிபெயர்ப்பதென்பது
ஆண்களை மொழிபெயர்ப்பதுதான்

ஆண்கள் தங்களது விரைத்த குறிகளால்தான்
வரலாற்றை எழுதுகின்றனர்
ஆம்
ஸ்கலிதம்தான் வரலாறு
ஸ்கலிதம்தான் அரசியல்
ஆண்களின் வரலாறு
ஆண்களின் அரசியல்
மற்றும்
ஆண்களால் துடைத்தகற்ற முடியாத கறை

சொல் வசுமித்ர
கருந்துளைதான்
சூன்யம்
சூன்யம்தான் யோனி

யோனியின் மத்தகம் அடக்க
இனியிருக்கப் போவதில்லை
நீண்ட அங்குசம்
யோனியறிதல் தன்னையறிதல்
கவிதை
தன் சொற்களை ஏவி விடுகிறது

பரவட்டும் தீ
தீ.

38

துயரை
துரோகத்தை
எச்சிலோடு
துடை

மீண்டும்
துரோகத்தை
வனைய நேர்ந்தால்
கண்களை
வழித்தெறி

குருதி மணக்கும்
கண்ணீரை
காண நினைக்காதே

காதலியை
ஆழப்புணருமுன்
கண்களை
பசித்த புலியென நோக்கு

மிரட்சிகொள்ளாதே
உன்
உடலுக்கு கீழே கிடப்பது
மானல்ல
மத்தகத்தை
அன்பால் தளர்த்தியிருக்கும்
வேழம்

39

என்னிரவை
பகலில்
பார்த்தேன்

அத்தனை
துயர்
துடைக்க
நீளும் கைகளில்
நிசப்தம்

காமம்
வேண்டிக் கதறும்
குரல்வளையில்

ப்ரியம்
புகைகிறது

40

என்னை
புணர்வதற்கு
உடல்
வேண்டாம்

சிறிய
மன்னிப்பு

ஆறாக்காயத்தில்
ஒரு
துளிக்கண்ணீர்

41

அழுகையென்பது
உடலை
வீசியெறிதல்

அறிந்தவர்
முனங்குங்கள்

கைகளென்பது
அணைக்கமட்டுந்தானா
துடைக்க இல்லையா

42

முத்தமிடவா
என
எவரும்
கேட்டதில்லை

கேட்கும்போது
எச்சிலை
விழுங்கியவர்களதிகம்

43

இரவுக்கும்
காமத்திற்கும்
ஒரே நிறம்

இருட்டை
புணரும்போது

வெளிச்சம்
தெரிகிறது

44

ஒரு
துளி
கண்ணீரை
அழிக்க

வாழ்க்கையை
வெறுக்க வேண்டியிருக்கிறது

அழும்போது
ஒலிக்கும்
உடலுக்கு

இசையமைப்பது
யார்

45

உச்சந்தலையில்
உள்ளங்கை வைப்பவளை
கண்ணுற்றால்
என் காமம்
கரைந்தழிகிறது

புணர்ந்தபின்
ஆசிர்வதிப்பவளின்
மடியில்
என்
சடலம்

நிம்மதி
பெருமூச்செறிகிறது

46

அழாத
காமத்தைத் தேற்ற
விரையும்
ஆணின் விரல்களில்

ஒன்றுகூட
தகப்பன் போலில்லை

என்னுடலை
பிய்த்தெடுக்க
நீ வைத்திருக்கும்
ஆயுதத்தின்
பெயரென்ன

கருணையா

47

பெண்ணாகிய
என்னுடலில்
காமம்
சிறிய பகுதிதான்
சகோதரனே

கண்டுகொள்ளும்போது
கண்களை
மூடாதே

அழத்துடிக்கும்போது
அணைக்க
உனக்கு
ஆணுடல் உதவாது

48

தனித்தழும்
பெண்ணை
தட்டிக்கொடு

படுக்கைக்குத்
தள்ளும்போது
காமம்
ஆபாசமாயிருக்கிறது

தனிமை
என்பது
காமத்தாலானதல்ல
தனித்திருக்கவும்தான்

தள்ளிப்படு
என்ற
வார்த்தையில்
உடல் மட்டும் இல்லை
நண்ப

49

*காமத்தால்
ஆசிர்வதிக்கப்பட்டவன்
தனியன்*

*கன்னத்திலிருக்கும்
அழுகைத் தழும்பு*

50

காமத்தை
அறிந்ததை
விட
கண்ணீரை
அதிகம் அறிந்தவள்
பெண்

கவனம்
கண்ணீரால்
மயக்கியுண்ணும் போது

பிணத்தை
அறிமுகப்படுத்துவாள்

கருணையை
காமத்தில்
திணிக்காதே

51

தேசிய
நெடுஞ்சாலையில்
இரு குழந்தைகளை
கையில் பிடித்து

தனியே
நடக்கும் பெண்ணை
கண்டால்
பயமாயிருக்கிறது

ஒரு குழந்தை
சாலையை
எத்தி விளையாடுகிறது
இன்னொன்றோ
பிடிவாதமாய் நடக்கிறது

அவளோ
மகிழ்ச்சியால்
வீசியெறியப்பட்ட
வெற்றுச் சிறகென
மிதந்து செல்கிறாள்

இப்பொழுது
கண்ணீர் வருகிறது

அழுதுகொண்டிருக்கிறேன்

52

தீத்தாகம்
தீமுத்தம்
தீஞ்சுனை
தீ
கருகுகிறது

புகை
கண்ணை மறைக்கிறது

துடைத்துக்கொள்
மௌனத்தை

53

தனிமை
இருள்
மௌனம்
மரணம்
முத்தம்
குறுங்கத்தி
இவை நான் உபயோகப்படுத்தும்
சொற்கள்

சதை
நிணம்
குருதி
சாவு
இவற்றை
நான் அளிப்பேன்

ஆணோ
பெண்ணோ
திருநம்பி
திருநங்கை
இறை
ஆகுதி

54

என்னை
கொலை செய்தபின்பு
முத்தமிடாதே

பொம்மையாக
நான் இருக்கும்போது
தசை
சூடாகிறது
கண்ணீர்
குளிர்கிறது

கசாப்புக்கட்டைமேல்
பட்டாம் பூச்சி
அமர்கிறது
அவ்வளவே

மௌனத்தை
புதைத்த பின்
மண்ணள்ளிப்போடு

முத்தம் பிடிமணலென
உதிர்கிறது

55

எனது
உதடுகள்
சாவின் முத்தம் போன்றது

இறக்க விரும்புவோர்
எழுந்து
வருக

தனிமையின்
வறுமை
என்
முத்தந்தான்

தனித்திருப்போர்
வருக

56

எனது
வயிற்றுக்கு பசிக்கிறது
அவ்வளவே

எனக்கு
பசிக்கும்போது
என்ன தருவீர்

என்னை
உண்ணத் தரும்போது
என் புன்னகை

உங்கள்
ப்ரியம்
என் குரல்வளையில்
கத்தியைப் போல்
இறங்குகிறது

என் முகத்தைப் பாருங்கள்
நீங்கள்
பிட்சையிட மறுத்து
ஒதுக்கிய
முகம்

57

அன்பின்
மறுபெயர்
என்னவெனத் தெரியுமா
உங்களுக்கு

அனாதைத்தனத்தின்
எச்சிலை
ருசித்துப்பாருங்கள்

என்
குருதி
இயேசுவின்
குருதி

கைவிடப்பட்ட
பெண்ணின்
மாதவிடாய்
அடர்த்தியென்பது

அத்தனை
இறுக்கம்

58

வலியை
வலியால்
உணர்க

எச்சிலை
குருதியால்
உணர்க

ஆமென்
என்பது
சாவின் மணிச் சத்தம்

59

கண்ணீரை
தசையாக்கினேன்
நிணமென்றானது

நிணத்தை
பிணமாக்கினேன்
நானானது

நானெப்படுவது
துன்பத்தின்
நறுமணம்

60

பெண்ணுக்கு
தேவைப்படுவது
விந்தென
அளிக்காதே

அன்பே
கண்ணீரை
ருசிக்கும்போது
கசியும்
விழிகளைக் கவனி

அன்னையின்
பெருமூச்சு

61

என்னை
புசிக்கத் தருகிறேன்
இயேசு
சொல்லும்போது
சங்கடமாக இருந்தது

குருதியைப் புசிக்கும்போது
இயேசுவின்
கண்ணீர்
உப்பாயிருந்தது

தண்ணீரை
மதுவாக்கித் தருபவன்
கண்ணீர்
சிந்தும்போது

போதையாகிறது

62

சம்போ மகாதேவ
கழுத்தில்
சுற்றியிருப்பது

நின்
ஆண்
குறிதானா

63

என்னிடம்
இருப்பது
கேள்விகள்தான்

பதிலளிப்போர்
புணர்ந்தறிக

மௌனமென்பது
மயான ஒலி

64

மரணத்தில்
போகும் சுவாசம்
சங்கில்
ஒலிக்கிறது
சத்தமாய்
சம்போ மகாதேவ

புணர்ச்சியென்பது
தன்னை
தான்
புணர்ந்தறிவது

65

எச்சமிச்சம்
சொட்டும் குருதி
சுவாச
மூச்சு

புணர்ந்திறுகும்
உடலை
பிரித்துப் பார்

சதையென்பது
தனித்தயிருள்
நான்
உங்களிடம்
முத்தம் கேட்கும்போது

என்னை
கொன்று புணர்க

66

கைவிடப்பட்ட
துக்கத்தை
கடவுளாளும்
புணரமுடியாது

அணைத்துப் படுக்குமுன்
அமைதியாயிரு

கண்ணீர் விழும்
சப்தமுன்
காதில் நிறையட்டும்

67

கேளுங்கள்
தரப்படும்
முத்தம்

தட்டுங்கள்
திறக்கப்படும்
நிதம்பம்

அறிக
இயேசுவின் கண்ணீர்
உப்புச்சுவை

68

இயேசுவின்
அப்பம்
அணைந்திட்ட
தீயோனி

அணைக்க விரும்புவோர்
அன்னமிடுக

இயேசு
உன் குருதி நான்தான்

உதட்டால்
உறிஞ்சியிழு
உன் பெண்
நான்

உன்னங்கியில்
ஒளிந்திருப்பது
என்
தனிமை

கைவிடப்பட்ட
சிலுவையின்
கதறலைக் கேட்கிறேன்

தொலைந்த
ஆட்டுக்குட்டி
என்
நிணத்தில்

சவுக்கடி

69

தூங்காதே
கடவுளே
சாபத்தை
வரமென்பவன்
விழித்திருக்கிறான்

வரத்தை
சதையால்
அளி

70

சிவனை
புணர்ந்தபின்
அரவம்
அமைதியாயிருக்கிறது

பிளவிட்ட
நா
காற்றில் அலைகிறது

சம்போ
மகாதேவ
சொல்லிவிடு

ஆவுடைக்கு
அடிமை நீ

71

மரணத்தை
கொலை
செய்ய
மௌனமாயிருத்தல்
வேண்டும்

எமனுக்கு
வெளிச்சமென்பது
அனாதைப் புணர்ச்சி

*அணைத்து
மகிழ்க*

72

*புணர்ச்சியை
கண்ணீரால்
அணைக்கத்தெரிந்தவன்
கவி*

*ஆணோ
பெண்ணோ
அறிக
குறியை*

73

யோனியில்
முத்தமிட்டு
கவிதை
சொல்லும் போது

இறைவன்
வெட்கப்படுகிறான்

உடலென்பது
உண்மையின்
உரைகல்

74

சாவையழைத்து
புணர்ந்தேன்

சங்கடமென்பது
அழுகைதான்

தனிமையை
சத்தத்தால்
கொலை
செய்

அழும்போது
தனியே
அழு

75

என்னிரவுக்கு
கண்ணீரென்று
பெயர்

இறைவனை
புணரும்போது
இரக்கம் காட்டாதீர்

76

முலைருசி
அறிந்தவன் கடவுள்
மனத்தால்
அறிக

காமமென்பது
ஆனந்தக் கண்ணீர்
ருசியுள்ளோர்
அறிக

77

தீயை
தீயால்
பற்றவை

தனிமையை
உடலால்
உருக்கு

புகையென
கரையும்
கண்ணீரை

வாளால்
அறு

78

மரணத்தை
தரிசிக்கும்போது
புணர்ச்சியால்
முத்தமிடு

எமனுக்கு
பரிசளி

குழந்தையின்
கொலுசொலி

79

இரவு
தனிமையின் உடல்

சதைத்தீ
வேகட்டும்
நினைவுச் சுடுகாட்டில்

80

சோகமென்பது
நிறமில்லாக் குருதி

அருந்தி மகிழும்போது
உப்பின் வாடை

அழும்போது
குருதி வாசம்

அணைக்கும் போது
காமத்தின்
நறுமணம்

81

அனாதை
காமத்தை
அணைத்து மகிழ்வீர்

கரங்களென்பது
இமை வழியும்
கண்ணீர்தான்

புணர்ச்சியென்பது
உடலின்
இருள்

82

வெற்றிகொள்ள
இனி
எவருமின்றி

தன்னிடம்
தோற்றழும்
அரசனின்
அழுகை

கைவிடப்பட்ட
காமம்தான்

வாளை
விட்டெறிந்து
கண்களை
துடை

83

சம்போகத்தில்
யாருக்கின்பம்
அதிகம்
சொல்
பிஷ்மனே

சந்தேகம் வேண்டாம்
பெண்ணுக்குத்தான்

எப்படியுணர்ந்தாய்
பிரம்மச்சாரியே

சிகண்டியின்
அம்பில்
நான் கண்டது
என்
யோனிதான்

கண்ணீருக்குப் பின்
யோனி இருக்கிறது

ஆகுக

84

என்னை
நன்றாக
புணர்ந்து வீசிய
இறைக்கு
இருப்பது
ஆண் குறிதான்

சற்றளவேனும்
சந்தேகமில்லை

85

முத்தமிடும்போது
உன் கண்ணீரை
ருசிக்க வேண்டுமென்பதுதான்
என் விதி

மாற்றி
எழுதும்போது
என்னை

பெண்ணாய்
உணர்

86

இவ்விரவுக்கேன்
இத்தனை
கருமை

ஒளிரும்
துக்கத்தை
இறுக்கியணைப்பதாலா

87

கண்ணீரை
விந்தென
உணர்க

வசுமித்ரவெனும்
மிருகம்

கக்கியது
இதுவே

88

அழும்போது
புணர்பவன்
ஆணென்னும் மிருகம்

துடைத்து
அணைக்கும்போது
தெய்வம்

ஆணாய்
இருந்து
பெண்ணின்
கண்ணீரைத் துடைப்பதென்பது

கடவுளுக்கு
விடும் சவால்

அறிக

89

இரவை
இரவாகவுணர
நீ வைத்திருக்கும்
மந்திரமென்ன
வசுமித்ர

சாவை
அழைத்து
சந்தேகம்
கேட்பதுதான்

90

அழாதே
ஒப்பாரிக்கு
கூட்டழுகை
என்று பெயர்

சத்தத்தில்
கரையுமழுகைக்கு
சங்கடமில்லை

ஓங்கியழுமுன்
கொலை
செய்யக் கற்றுக்கொள்

கற்றுக்கொள்

அழுகையென்பது
அவ்வளவுதான்

91

இரக்கம்கெட்ட
தேவகுமாரன்
நான்

சிலுவையில்
ஏற்றும்போது
ஹிருதயத்தில்
ஆணியிறக்குங்கள்

மக்தலெனாவின்
கண்ணீரை

ஒருமுறை
திராட்சை ரசமென
பருகினேன்

92

அத்தனை
துக்கத்தையும்
இறக்கி வை

என்னுடலை
விழிகளாக்கித் தருகிறேன்

அழுது முடித்து
கிளம்பிவிடு

93

எனக்கு
நான்
செய்த
துரோகம்
என்னைப் போலிருந்தது

சொல்ல
கொஞ்சம் வெட்கமும் கூட

என்னை
நான் வெறுத்ததில்லை
புணர்ந்ததுமில்லை

எனக்காக
அழுததுமில்லை

நான்
எனக்காக செய்வதெல்லாம்

என்னை
கொஞ்சம்
சாகச்சொல்வதுதான்

94

காதலி
காமுகி
இருவருக்குமென்னை
சமபங்கில்
பரிசளித்திருக்கிறேன்

நெருப்புக்கு
என்னைத் தின்னக் கொடுக்கையில்

கண்ணீரோ
உடலோ
சிந்தக்கூடாது

அத்தனை
சாம்பலும்
அன்பில்
கரைக

95

உள்ளங்கையில்
துக்கம் வைத்திருக்கிறேன்

இருதயத்தில்
குருதி வைத்திருக்கிறேன்

அன்பின்
நாசி
சுருங்க
என்னுடலை
வெறுக்காதீர்கள்

தள்ளி நில்லுங்கள்

கடவுளின் பிணம்
நறுமணம் கொண்ட
நாற்றம்

96

அந்தகனுக்கு
வாடகைக்குவிட்ட
விழிகளிரண்டும்
நேற்றிரவு
திரும்பிவந்தன

காமமென்பது
முனகல்
உடல் மணம்
உயிர் துடிப்பு
குருதியில்
கொதிக்கும் அன்பு

97

வெட்கம்
கெட்ட புணர்ச்சிக்கு
உடலென்று பெயர்

மனதை
வைக்கும்போது

தசை
துடிக்கிறது

98

எனது
இறைச்சியை
பரிமாறுகிறேன்

குருதிச்சுவை
வேண்டுவோர்
என்
கண்களைப் பாருங்கள்

உப்புக்கரிக்கும்
தசையை
தொட்டுண்ணுங்கள்

நான் வேண்டுவதெல்லாம்
உள்ளங்கையளவு
புன்னகை

அவ்வளவே

99

என்
காமம்
சிமிழ்தான்

ஊரைக் கொளுத்தி
எரிக்கும்போது

ஔவையை
அழைப்பேன்

காமத்தை
வலியென்றறிந்தவள்

என்
தலைவி

100

நாவில்
நரம்போடுகிறது
சொல்லோடுகிறது

எச்சில்
ஊற
முத்தமிடும்போது
உதடு கரைகிறது

உயிரோ
ஒட்டுமொத்த
தசையாகிறது

101

உடல்
கொதிக்கும்போது
முத்தமிடுக

மரமோ
மண்ணோ
முத்தம் செய்க

முத்தத்தால்
ஒருவன்
காட்டிக்கொடுக்கப்பட்டான்

கவலைவேண்டாம்

கைவிடப்பட்ட
இறைமகனுக்கு
பக்கத்துச் சிலுவையில்
முத்தமிருக்கிறது

102

கொஞ்சம்
கருணை
சிந்தும்
குருதித்துளி

இச்சொல்லில்
குதிக்கும்
அர்த்தத்தை

இறைச்சியாக்கு

103

இந்த
இரவுக்கு
குயிலின் நிறம்

கூவும்போது
சாவோசை

104

அணைக்கமுடியா
இரவுக்கு
சவப்பெட்டி
செய்து கொண்டிருக்கிறேன்

ஆணி
இறங்கும்போது
அடிவயிறு
பதறுகிறது

105

நடு
இரவில்
புலம்பும்
சொற்களுக்கு

குரல்
இல்லை

மூச்சால்
அழுகை
தெறிக்கிறது

106

*இரவில்
எழுதும்
விரல்கள்
நனைகிறது*

*பகலில்
உலர்கிறது*

*வாசிக்கும்போது
கண்கள்
மரணத்தில்
மிதக்கிறது*

107

கொலைக்கஞ்சாத
புன்னகை

முலைகளில்
நன்றிக்கடன்

எனது
கண்ணீரை
சோதித்துப் பார்க்கையில்
இயலாமை

இரண்டு கைகளை
வைத்துக்கொண்டு
நான்
என்ன செய்வது

108

தனியே
மதுவருந்தும்
கடவுள்

அழும்போது
அத்தனை
நிதானமாயிருக்கிறார்

கைவிடப்பட்ட
முத்தங்களை
எண்ணிச் செலவளிக்கும் போது

என்னை
நான் விற்றுக்கொண்டிருக்கிறேன்

109

யோனியென்பதென்ன
நிசப்தத்தின்
கடவுள்

தொழும்போது
கருகாமல்
பார்த்துக்கொள்

கண்ணீரைத் திணித்து
புணர்கையில்

உடல்
அதிர்கிறது

110

எனது
பல்லொன்றை
பிடுங்கி
சிங்கத்திற்கு பொருத்தியிருக்கிறேன்

கர்ஜனை
இப்பொழுது
கசிந்து
உருகி
ஊனை
நக்கியுண்கிறது

111

உடல்
தன்
இச்சையால்
உமிழும்
திரவத்திற்கு
எச்சிலெனப் பெயர்

எச்சில்
வற்றி
கண்ணீர் சுரக்கும் போது

கடவுளின்
முகத்தில்
காறித் துப்பு

112

எனது
மனதிற்கு
கொஞ்சம்
கொழுப்பதிகம்

வற்றவைக்கும்
சூத்திரத்தை
கற்றுத்தருகிறேன்

ரசமென்பதென்ன
நாவால்
இழுத்துறியும்
உடல்

113

எனது
உடலை
முத்தமாக்கியிருக்கிறேன்

அனாதை
உடலால்
முத்தமிடுக

பாலைவனத்தை
ஒற்றைப்பாதத்தால்
நடந்து
கடப்பவன்
நான்

114

அன்பை
புணரும்போது
குறியைத் தேடாதே

சதையாலான
தனிமைக்கு
குருதி
நீரூற்று

கண்ணீர்
துணைத்திரவம்

115

கொஞ்சம்
தனித்திருக்கிறேன்

விரலிடுக்கில்
புகைகிறது

தனிமையை
கரைக்க
கண்ணீரை
உபயோகியுங்கள்

116

*புத்தனை
புணர்ந்து
பார்த்தேன்*

*தனிமை
பெருந்தீ*

*திருவோடதிர
முத்தம்
தருபவனை*

சகித்துக்கொல்

117

எனது
மொழி
முத்தத்தாலானது

எச்சிலால்
தொட்டெழுதுகிறேன்
உடலைத் தொட்டழி

நெற்றியில்
முத்தமிடுகிறேன்
நானுன்
தகப்பன்

118

விரல்
பற்றாத
இரவு

பகலில்
வெறிநாயென
பாய்கிறது

ஈறுகளில்
முத்தமிட
குருதி கசிகிறது

கால்களிலோ
புலியின்
விரிநகம்

119

இரவை
உடலால்
அளக்கும்போது
மனம்
பதறியலைகிறது

இறந்தழிந்த
சொற்கள்
எத்தனை
ஆசுவாசம்

சாவுக்கு
பெருமூச்சின் இசை

120

ஆம்
அப்படித்தான்
அவ்வளவே
அத்தகையது

முலைக்குள்
அடிக்கும்
மூச்சோசை கேட்க
செவியை
பயன்படுத்தாதே

இருதய உதட்டால்
ஒத்தி
அறி

121

எனது
தனிமைக்கு
மதுவென்று பெயர்

அருந்தி
மகிழும்போது
உள்ளங்கையில்
ஆணியிறக்குங்கள்

எனது
கண்ணீருக்கு
போதை
அதிகம்

122

ஆடியில்
கொஞ்சம்
மிருகம்போலிருக்கிறேன்

நிறைய
தேவதூதனாகவும்

துரதிருஷ்டம்
மிருகத்தின்
விழிகளில்
பசிய முத்தம்

தேவதூதனின்
கையில்
சவுக்கு

123

கொஞ்சம் அழுது பழகிவிட்டால்
முத்தம் தேவையில்லை
மார்பணைக்கவும்

சுயமரியாதையென்பது
அழுகையை
சத்தமில்லாமல்
அழுவது

124

எனக்கு
அனாதையென பெயரிட்டேன்

உதடுகள்
முத்தமிடத் துடிக்கின்றன

இந்த
உதடுகள்தான்
என்
வளர்ப்பு நாய்கள்

125

என்
துயரத்தை
உதடுகளால்தான்
துடைக்கிறேன்

எச்சில் மணத்தை
ஹிருதயம்
உணர்கிறது

126

எனக்கு
முத்தமிட
என்னுதடுகள் இருக்கிறது

கொலைக்கரங்களை
வரவேற்க

கொஞ்சம்
உப்புச் சுவையுடன்
காத்திருக்கிறேன்

127

சாவை
புணர்ச்சியென்பவன்
கவிஞன்

இவ்வுடலால்
ஏறி
அவ்வுடலை மிதிக்கும் போது
சிந்தும் கண்ணீருக்கு

நிச்சலனம்
என்று பொருள்

128

கவிதையை
பேசாதே

எழுது

உன்
அர்த்தங்களுக்கு
நான் வைத்திருக்கும்
அகராதி

தனிமையால் ஆனது

129

எனது
தனிமை
என்னாலானது

எனது
குரோதம்தான்
என் பெயர்

உச்சரிக்கும் போது
இரத்த வாடை

கொலை
செய்யக் கற்றுக்கொள்
முத்தமிடுவதைப் போல

130

வசுமித்ர
உன்னை
புணர்வதற்கு
நீ வைத்திருக்கும்
விலையென்ன

வேறென்ன
கண்ணீர்தான்

131

*மதுவுக்கு
சாயம்போன
குருதி நிறம்*

அவ்வளவுதான்

132

கொஞ்சம் அமைதியாய் இரு
சப்தங்கள் ஓயட்டும்
கழுகின் விழிகளில்
உன்னுடல் காய்கிறது

சாவையணைத்துப் படுக்க
கொஞ்சம் தைரியம்
தேவை

கண்களை ஊன்றி நின்று
புணர்வதைப் போல

133

முத்தத்தை
நடுவீதியில் நின்று
விற்றுக்கொண்டிருக்கிறேன்

உதடுள்ளோரே

என்
திருவோடு
இதழ்களாலானது

134

வசுமித்ர
ஏன் முலைகளை
பற்றி
எழுதுகிறாய்

வேறுவழியில்லை

முதலில்
என்னுதடுகள்
உண்டது
அதுவென அறிக

135

வசுமித்ர
ஏன்
கண்ணீரையருந்துகிறாய்

எனக்களிக்கப்பட்ட
தானத்தை
நான்
மறுப்பதற்கில்லை

உதட்டில்
வழியும்
கண்ணீரை ருசித்தறிந்ததில்லை
கடவுள்

வசுமித்ர
நீ
அழுத்தி உறிஞ்சும்போது
கண்ணீருக்கு
வைத்த பெயர்

தனிமை

136

இந்த
யிரவை
கடக்க
எத்தனை
கொலைவாள்

அழுகையை
அமைதியாய் அழுது பழகு

தாழ்ப்பாள்கள்
எங்கும்
கண்ணீர் வாசனை

137

வசுமித்ர
கொலை செய்ததுண்டா
நீ

இல்லை

தற்கொலையை
கவிதையென்பேன்
நான்

138

வசுமித்ர
பெண்களால்
நீ
வாழ்கிறாய்

உண்மையை
அழுத்திச் சொல்லும்போது

என்னுடலில்
முளைக்கும்
முலைக்கு

ஆண்பாலென்று பெயர்
கவ்விப்புசி

139

வசுமித்ரவை
யேன்
பெண்ணே
காதலிக்கிறாய்

அவனுக்கு
என் முலைகள்
என்
யோனி

அவன்
சிந்தும்
கண்ணீரில்

விந்தின்
வீச்சமில்லை

140

ஆணை
ஆண்
புணரும்பொழுது

சிந்தும்
கண்ணீருக்கு

பெண்ணின்
உப்பு

141

பெண்ணை
புணரும்பொழுது

நின்
குறியில்
வடிவதென்ன
வசுமித்ர

ஆண்மையா

இல்லையென்
சகோதரனே

இதுகாறும்
நான்
சேர்த்துவைத்த
துக்கம்தான்

அணைத்துறங்கும்பொழுது
அடிவயிற்றில்
நான்
சுமப்பது
அவளைத்தான்

142

மிஞ்சிய
பிஸ்கட் துகள்களை
வீசி எறிந்து செல்கிறான்

காக்கைகள் சூழ்கிறது
இறக்கைகள் மோத கொத்தியுண்கிறது

மிச்சத்தை
நாய் நாக்கியுண்கிறது
சிவந்த நாக்கில் மண் கசிகிறது

நான்
பார்த்துக்கொண்டிருக்கிறேன்
ஈரமான தரையை

கண்களால்
நக்கியபடி
தனியே

143

சாலையில்
தனக்குள்ளாக பேசியபடி
செல்லும் பெண்ணுக்கு
எத்தனை வயதிருக்கும்

வீட்டில்
அழும் குழந்தைக்கு
ஆறுதல்
சொல்லிப்போகிறாளோ
என்னவோ

144

ஒரு
கவிதை

கவிதையாய் இருக்க
வாசகன்
இரையாகவேண்டும்

கவிஞன்
புலியாக வேண்டும்

பாதத்தை விரித்து
நகத்தால் அடிக்கையில்
நிணம் காற்றில்
சிதற வேண்டும்

குருதி
புலியின்
செம்மஞ்சள் வரியாக வேண்டும்

145

இரா
இராவு
இரவு
நடுயிரவு
சாமம்
உடல்

அவ்வளவே
இருட்டு

அவ்வளவே

கருநிற குருதியை
இருட்டென்பேன்
யான்

146

எனதின்மையின்
தனிமை

முத்தத்தால்
வேயப்பட்டது

147

கற்பென்பது
நின்
கற்பனைவரைதான்

கற்பழி

மௌனத்தை
வார்த்தையால்

148

அழுகையும்
புணர்தலும்

நீர்மையின்
நிமித்தம்

149

ஆளற்ற
நெடுஞ்சாலையில்
ஆம்புலன்ஸ் ஊர்ந்து
செல்கிறது

இறந்துகிடந்தவன்

அனாதைக்கு
முத்தமிட்டவன்

150

கையுடைந்த
பொம்மைக்கு

தன்
கையை வைத்து
பொருத்தம் பார்க்கிறது
குழந்தை

பொம்மைக்குள்
குருதி
சுழித்தோடுகிறது

151

பெண்போல்
அழாதே

ஆண்போல்
அவளை
அழவிடு

அழும்போது
பெண்ணாக இருந்து பார்த்தேன்

எவனையும்
கொல்ல மனம் வரவில்லை

அடிவயிற்றில்
பதறும்
சொற்கள்

தேம்பலில்
சிதறித் தெறிக்கிறது

152

முத்தமென்பது
குருதிச் சுவை

குருதியோ
உப்புச்சுவை

உப்பிட்டவரை
மறக்காதே

முத்தமென்பது
உன்னுடல்
உன்னுதிரம்

உதிரத்தை
சொல்லாய்
மாற்று

காதல் கடிதம்
எழுதும்போது
தசையால் எழுது

153

மதுவை
தனிமையில் அருந்து

காதலை
கொப்பளித்து துப்பு

ஆணோ
பெண்ணோ

கண்ணீரை
காதலென்று
சொல்லும்போது

காமம்
உப்புக்கரிக்கிறது

154

அமுதும்
நஞ்சும்
பெண் முலையே

காதலியை
ஆணாக அணுகாதே

தாயைப் புணர
நீ
தகப்பனாக வேண்டும்

155

இவ்வுடலை
கொல்லும்
தருணம்

என்
கண்ணில்
பீய்ச்சுவது

என்னன்னையின்
தாய்ப்பால்

156

இயேசுவின்
சடலத்தை
சிலுவையிலிருந்து
இறக்கும்போது

மக்தலெனா
அழுதது

கண்களாலல்ல

157

தோழமையென்பது
குருதிகொள்
புணர்ச்சி

முலையால்
அழும்போது

விழிகளை
அழுத்தித் துடை

158

என்னை
பிச்சையிட்டுப் பார்த்தேன்

காக்கைக்கு வைக்கும்
சுடுசோற்றில்
என்னன்னை
உப்பிடுவதில்லை

நன்றி
மறத்தலென்பது
பறக்கும்போது
சாத்தியம்

159

நள்ளிரவில்
புலம்பாதே

காமமென
அறியப்படும்

பகலில்
அழு

160

மக்தலெனா
உதட்டில்
யூதாஸ் வாசனை

சொல்
இறைமகனே
தற்கொலைத் தேர்வில்

நீ
தேர்ந்தெடுத்தது
முரட்டுச் சிலுவைதானா

161

எனது
விரல்கள்
பிரிவை விதைக்கும்
தானியங்களோடு இருக்கிறது

அறுவடைக்கு
வரும்
பறவைகளுக்கு

எனது
தனிமைதான் தான்யம்

162

என்னை
நானே
தூக்கிலிடும்போது

நான் தான்
பார்வையாளன்
நீதிபதி
பாதிக்கப்பட்டவன்

தூக்குமேடை
விசையை
இழுத்து அசைக்கும்
நண்பனே

நானுன்னை
ஆரத்தழுவுகிறேன்
என் பெயர்தானே
உனக்கு

163

பசியால்
வயிறு
மூளையை அறையும்போது
நான் அழுததில்லை

பசியை
கொஞ்சம் கவனித்துப் பார்த்திருக்கிறேன்
அத்தனை
நெருக்கத்தில்

என்
சாவைப் பார்ப்பது போல

164

எனது
கண்ணீரை
நீங்கள்
வரவழையுங்கள்

நான்
மட்டுமே அருந்தமுடியும்

பிறர்பொருட்டு
மதுவருந்தும்
வழக்கமுள்ளவன்
இக்கவிஞன்

என்
உடல்கிண்ணத்தில்
நான்
நிரம்புவது
இப்படித்தான்

165

துரோகத்தை
பருகுமுன்
என்னை
அம்மணமாக்கிக்கொள்வேன்

உங்கள்
குழந்தைக்கு

இப்பொழுது
என்
வயதுதான்

166

வசு
செத்துத் தொலை
இந்த வசனத்தை
எங்கு மனப்பாடம் செய்தாய்

கடவுள்களின்
சமாதியில்
மயா

167

நேற்று
முன்னிரவு
மரணத்திற்கு
சிகரெட்டைப் பற்ற வைத்தேன்

சலிப்பு
நிரம்பி வழியுமதன்
கண்களைக் கண்டு சொன்னதெல்லாம்

ஒன்றுதான்

இரவில்
வராதே
பகலில்
என் கதவுகளுக்கு
வாழ்வென்று பெயர்
தட்டு

168

மதுவை
நீரால்
நனைக்கிறேன்

பனிக்குடத்தை
இந்திரியத்தால்
துரோகத்தை
கண்ணீரால்

காதலை
முத்தத்தால்

பிரிவுக்கு
நீர்மை
என்று பொருள்

169

வசு
மயாவைக் கொலை செய்வாயா
நிச்சயம்
நண்பனே
எனது
தற்கொலைக்குப் பெயர்
அதுதான்

முத்தமென்தென்ன
வசுமித்ர

பசித்திருக்கும்
பிணத்தின்
வயிற்றை
வாழும்
கழுகு
கொத்தியுண்பதுதான்

170

சொல்லை
வன்புணர
உனக்குக் கிடைத்ததென்ன

மௌனத்தின்
நிதம்பமா

171

காத்திரு
செத்துப்போவேன்ற
வார்த்தையில்

துடிக்கும்
தூக்குக் கயிற்றை
முத்தத்தால்
முடிச்சிடு

சாகும்போது
ஊஞ்சல்
நிற்கட்டும்

172

நானுன்
சமீபமாயிருக்கிறேன்

குருதிச்சுவைக்கு
நாவைப் பழக்கு

இரத்த ருசிக்கு
ஓநாயின் ஒழுகும்
விழிகளைப் பார்த்திருக்கிறீர்களா

கண்களில்
கருணை
நாவில்
பசி

173

மௌனத் தசையில்
ஓங்கி
முத்தமிடு

உடல் வெடித்து
பீறிடும் கண்ணீரை
உதட்டால்
உறிஞ்சு

174

என்
தனிமையைப் பருகு
சொல்ல
நினைக்கும்போது
தலையைக் கொய்துவிடு

துடிக்கும்
நாவென்பது

நீர்
மறந்த
சிறுமீன்

175

நாவைத் தொங்கவிட்டு
கண்களைத் தாழ்த்தி
குருதியருந்த வரும்
ஓநாய்க்கு

நீ வைத்த பெயர் என்ன
மயா

வசுமித்ர
வசுமித்ர

176

புத்தன்
துவராடை உடுத்தித் திரியும்போது
உனைத் துரத்தினேன்

இயேசுவை
சிலுவையில்
அறையும்போதென்
காதலைச் சொன்னேன்

நபிகள்
ஓடும்போது
நான் உன்னைப் பின் தொடர்ந்தேன்

காலாதீதம்
என்பது
ஒருமுழ
தூக்குக்கயிறு

177

இந்தயிரவில்
எனைக் கொல்லும்
உன் நினைவுக்கு
நம்
காமத்தின் முகம்

கண்களில்
மோகம்
உடலில்
வயோதிகம்

என்
செய்வேன்
நான்

கண்ணால்
புணர
உடல்
மங்கலாய் தெரிகிறது

178

யோனியென்பதென்ன

விரிந்த
கருணை

அவ்வளவுதான்
சொல்வேன்

179

அன்பேயென்ற
வார்த்தைக்குப்பின்

துள்ளுமீனென
நின்
யோனி
தகிக்கிறது

முள்ளென்பதென்ன
மனதைக் கிழித்து
தைக்கும்
குற்றவுணர்ச்சியா
அன்பே

180

நஞ்சுன்
கண்கள்
அமுதமுன்
யோனி

சொல்லும்
நான்
உன்
பச்சைக் குழந்தை

கொஞ்சியுண்

181

காமத்தை
நள்ளிரவென்கிறேன்

யோனி வெளிச்சம்
கண்களைக் கூசுகிறது

182

யோனியால்
அழும்போது
ஆணெனப்படுபவன்
அத்தனை
ஆபாசம்

183

வசுமித்ர
ஏன் கோபமாக
இருக்கிறாய்

மன்னித்துவிடு
மயா

நான் சாகாமல் இருக்கிறேன்
அவ்வளவுதான்

184

ஊன்சோறு
பிசைந்துண்

ஹிருதய
எலும்புகள்

கடைவாயில்
சிக்கினால்
அழுந்தக்
கடி

185

இரவில்
என் பெயர்
கருணை

காலகட்டித் துப்புங்கள்
விஷத்தை

186

மழை
சூடாகப் பெய்கிறது

மிருகம்
நடுங்கிக்கொண்டிருக்கிறது

மழை
நனைக்கிறது

187

கருணையற்ற
மழை

வீடற்ற இரவு

மழையில்
புணர்தல்

இவ்வார்த்தை
தனித்திருக்கிறது

உடலோ
வெம்மை தேடி வெளியைத் துழாவுகிறது

188

இந்த
இராத்திரியை
தற்கொலைக்குப் பயன்படுத்துவேன்

சிந்தும்
உடலை

இருகரம் புணர
ஏந்திச்செல்

189

கள்வனின்
இரவென
பிசுபிசுக்கும் காமத்தை

கண்ணில்தான்
சுரந்துகொண்டிருக்கிறேன்

நீ வளர்ப்பதென்ன
நாவாலான
புலியா

190

உனக்குமெனக்கும்
இடைப்பட்ட தூரத்தை

சாவு
அளக்கிறது

சாவறியாமல்
முத்தம்தர
என்னுதடுகளைத் தருகிறேன்

குருதியடையாளம்

191

*புணர்ச்சியை
நிகழ்த்தும்போது
சாவின் கனா*

*என்னசெய்கிறேன்
நான்*

சாப்புணர்ச்சியா

192

தனிமையை
மதுவால்

துக்கத்தை
கண்ணீரால்

சுயநினைவற்ற
அழுகை

என் பிணக்கண்ணில்
வழியுமதை
உயிரோடு
ருசி

193

மழை
மண்ணைப் புணர்கையில்

கொஞ்சம்
நாசியை
விடைக்கிறேன்

சொல்லத் தயக்கம்

மண்ணைப் புணரும்
யோனியின்
வாசனை

194

சாவென்பது
நிகழ்த்துகலை

புணர்ச்சியை
போல

சங்கடமில்லாமல்
நடனம்
புரிக

195

என்னை
நான்
சாப்பிடுகிறேன்

மீனின்
முள்ளுக்கு
முதுகெலும்பென்று
பெயர்

கடலுக்கு
கல்லறையென
பெயர் வைத்திருக்கிறேன்

எனக்கு
நீச்சல்
தெரியாது

அலை
வாவென அழைக்கிறது

சாவை
இத்தனை
அழகாய் அழைக்க
கடலால்மட்டும்
முடிகிறது

196

ஒத்துக்கொள்கிறேன்

நின்
விடாய்க் குருதியடர்த்திக்கு
ஈடில்லை
என் கவிதை

நானுன்
மிருகந்தான்

அழும்போது
விரல்களில்
ஈரமதிகம்

197

முலையால்
அருள்க

வெளிச்சமென்பது
புணர்ச்சியிருட்டு

198

*கடல்
முன்
நிற்கிறேன்*

*உப்பேறிய
பைத்தியமென*

*உப்பு
உப்பை
யாசிக்கிறது*

199

நீயென்
பேரழகி

கோரைப்பற்களால்
முத்தமிடு

குருதியுமிழும் சப்தம்

பச்சை
இதழ்கள்
பிரிகிறது

200

மயா
நீயார்

உனது தற்கொலைக் கடிதத்தின்
கையெழுத்து
வசுமித்ர

201

இரவின்
வாசனையெது
மயா

கைவிடப்பட்ட
கண்ணீர்
வசுமித்ர

சில கணங்களில்
புலம்பும்
யோனி

202

வசுமித்ர
நீயேன்
சாகக்கூடாது
மன்னித்துவிடு

மயா
என்
தற்கொலையை
கவிதைகள்
அனுமதிப்பதில்லை

203

மயா
உனக்குத் தெரியுமா....

உனக்கும்
தெரியாது
வசுமித்ர

204

அனாதையின்
கைகளில்
அன்னமிடும்பொழுது

நீ
நினைப்பதென்ன
மயா

என்
கண்களை
நானே பார்ப்பதை
தவிர்ப்பேன்
வசுமித்ர

205

மயா
அன்பிற்கும்
உண்டோ
அடைக்குந்தாழ்

உண்டு
வசுமித்ர

சிக்கலான
பொழுதுகளில்
என்
விழிகளை
யோனியென்றழைப்பேன்
நான்

206

உனது
வள்ளுவன்
ஆண்

நம்பாதே
வசுமித்ர
நீயென்
பெண்

207

எனக்கு
முலை
முளைத்தால்
யாரைப்போலிருப்பேன்
மயா

வெட்கப்படாதே
நின்
அன்னையிடம்
கேளேன்
செல்லமே

208

இந்த
யிரவில்
நீ
யார்
வசுமித்ர

நின்
மாதவிடாய்க் குருதி
மயா

209

கைவிடப்பட்ட
கண்ணீருக்கு
குருதிச் சிவப்பு

கழுவும்போது
விரல்களை
கண்ணீரால்
நனை

210

புணரும்போது
நீ
நினைப்பதென்ன
வசுமித்ர

கண்ணீரை
விந்தென
பாய்ச்சிவிடக் கூடாதென்பதுதான்
மயா

211

அம்மணமாயிருத்தல்
என்றால்
என்ன பொருள்
மயா

சாவை
சந்திப்பதென்று அர்த்தம்
வசுமித்ர

எனது
அகராதியில்
அம்மணத்திற்கு
நான் வைத்திருக்கும் விளக்கம்
பொய்யின் முகத்தில்
காறி உமிழ்தல்

212

மயா
உனக்கும் மரணம்
சம்பவிக்குமா

ஆம்
வசு

நான் எப்படி வாழ்வேன்
மயா

நீ
இறந்து
யுகங்களாயிற்று
மித்ர

213

தனித்திருக்கும்பொழுது
அழுது பழகாதே

உன்னையே
நீ
முத்தமிடும்பொழுது

கண்ணில்
வழியும்
நீருக்கு
கருணையென்று
பொருளல்ல

தூக்குக்கயிற்றை
காதலோடு
பின்ன முடியாது

214

புணர்ச்சியை
யாசகம்
கேட்கும்பொழுது

உனது
குறிதான்

பிட்சைத்தட்டு
ஞாபகத்தில்
கொள்

முத்தம்
பரிசுத்தமானது

முத்தமிடுவதுபோல்
நடிக்கும்பொழுது

கண்களில்
மிதப்பதைத் துடைக்கும்
உன் கைகளை
நீ மன்னிக்க மாட்டாய்

215

எனது
மௌனமென்பது
சம்மதம்மல்ல

குருதி வீச்சம்

216

எனது
முத்தத்தை
பகலில்
விற்கும்போது
வியர்வை

இரவில்
விற்கும்பொழுது
துரோகம்

217

துக்கத்தின்
குருதிக்கு
இரத்தச்சிவப்பு

கைகளைத் துடைக்காதே
தோழி

இயேசுவின்
அழுகைக்கு
சிலுவையென்று பெயர்

வகுமித்ர

218

காமத்தை
பிட்சையிடும்பொழுது
கண்கள்
கசிகிறது

கண்ணீருக்குப் பதில்
விந்து

219

*காதலில்
தடுக்கி விழும்போது
இதயநகம்
பிய்ந்து தொங்கும்*

கவலை கொள்ளாதே

கருணைக்கு
முத்தமென்று பெயர்

220

வசுமித்ர
நீயார்

மரணத்தச்சன்

செய்வதென்ன

குழந்தைக்கு
நடைவண்டி

221

மதுவை
குருதியாக்கினேன்

நக்கியுண்பது
என்
இயேசு

திராட்சையென்பதென்ன
மக்தலெனாவின்
கண்கள்

222

முலையமுதே

*மூச்சில்
அடிக்கும்
தாய்ப்பாலுக்கேன்*

அன்னை வாசனை

223

கருணையாலான
முலையில்
காறித்துப்புகையில்
கண்களில்
கசியும் இரவுக்கு

துர்மரணமென்று
பொருள்

224

தசையால்
புணர்வேன்

ஹிருதயத்தை
வேகவைத்துத் தருவேன்

உண்டு முடிக்கையில்
கைகழுவ
குருதியும் ஈவேன்

அவ்வளவே
சகி

என்
காதலென்பது
திராட்சை ரசம்

உதட்டை
நனைத்து
உறிஞ்சி முடி

225

நின்னைப் புணர
எனக்கிருப்பது
கண்கள்தான்

விந்தைக் கண்ணில்
சுரக்கும்பொழுது
துடைத்தெறி

முலைநடுவே
முகம் பொத்தும்போது
நின்
யோனியெனக்கு
அன்னை மடி

226

எனக்காக
நான்தான்
இறக்க வேண்டும்

ஒப்பாரி வைக்கும்போது
முகத்தைக் கோணாதீர்கள்
நண்பர்களே

இறந்துகிடப்பவன்
உங்களது
காதலிகளுக்கு
முத்தம் கொடுத்தவன்

227

இந்த
இரவை
அடித்துப் புசிக்கையில்
குருதி வாசம்

யோனிக்கு
உடல் உண்டு
மனம்
உண்டு

உண்டு
முடித்தபின்
சொல்

228

ஒருகை
வாய்க்கரிசி போதும்

நான்
உயிர் வாழ

உப்பும் தேவையில்லை
கண்ணீரில்
கொதிக்க வைப்பேன்

229

தனிமையின்
குருதியை
இரவென்பவன்
யான்

சிந்தும்
வெளிச்சத்தில்
நிழல்கள்
அயர்ந்துறங்குகிறது

230

எனது
கன்னிமையென்பது
கனவுகள்தான்

கண்கள்
கருவிதான்

உன்
கனவைக் காண்பதும்
உணர்வதும்
என்
கவிதைதான்

முற்றுப்புள்ளியை
அழுத்தியிடு

231

என்னை
மகளாக
உணர்கையில்
கண்களில்
வழிகிறது

மாதவிடாய் குருதி

மகளே
தாய்மையென்பது
மன்னிப்பு

232

கொஞ்சம்
பசியோடிருக்கிறேன்

குருதியைக் கழுவி

தசையை
அரிந்தெடு

233

நானெனக்கு
சொந்தமில்லை

என்னை
ஈயும்போது
யோனியை
திற

அவ்வளவுதான்
அமைதி

234

குருதிக்கறைக்கு
கொலையென்று
பொருள்

பிறப்பென்றும்
அர்த்தம் உண்டு

என்ன
செய்யப்போகிறாய்
வசுமித்ர

தாகத்தை
சதையில்
ஒலிப்பேன்

235

கண்கூசும்
அகலில்
குறி
பற்றியெரிகிறது

காமமென்பதென்ன
கனவின்
சதை

236

நாவில்
நான்
குத்திய
பச்சைக்கு
தனிமையென்று பொருள்

அர்த்தம்
அசையும் போது

கண்கள்
மொழிபெயர்க்கும்

237

எனதிரவின்
பெயர்
குறுங்கத்தி

கிழியுமுடலுக்கு
பகலென்று
பெயர்

238

எனை
கொன்றுண்ணும்போது
வாழ்வின் களைப்பு

பிணத்திற்குப் பெயர்
பைத்திய
முத்தம்

239

காமமென்பது
தசையல்ல

துடிக்கும்
மனம்

புணர்வோர்
யாரோ

240

அம்மாச்சி
அயர்ந்துறகும்போது

இதயம் துடிக்கிறதாவென
வற்றிய
முலையில்
காதை வைக்கும்
சிறுவனின்
பெயர்

வசுமித்ர

241

விந்தைப் பீய்ச்சாதே

பனிக்குடத்தில்
கண்ணீர்
நிரம்பித் ததும்புகிறது

242

ஒரு
இராத்திரியை விற்று
இரண்டு பகல்களை
நான்
வாங்குவது

என்
யோனி
உறங்கத்தான்

243

கைவிடப்பட்ட
வயிற்றுக்கு
பசியென்று
பொருள்

உடலுக்கு
பிணமென்று
அர்த்தம்

244

எனது
மதுவுக்கு
கண்ணீர் வீச்சம்

துக்கத்துக்கு
குருதி வீச்சம்

எனது
வியர்வைக்கு
பனிக்குடத்தின் மணம்

245

எச்சிலூறும்
என்
புன்னகைக்கு
பசியென்று பெயர்

பனிக்குடத்தில்
பசியை உணர்ந்தவனுக்கு
ஓநாயென்று
பெயர்

கடைவாயில்
வழிகிறது
அன்னையின்
எச்சில்

246

சொல்ல
மறந்துவிட்டேன்

கவிஞர்கள்
வார்த்தையை
உண்ணும்போது

அர்த்தம்
விக்கலெடுத்து
அலைகிறது

247

என்னை
மிகச்சிறப்பாக
விற்கிறேன்

கண்ணீரை
நாவால்
உறிஞ்சும்
மனிதனுக்கு
நன்றி
சொல்லும்போது

நான்
வசுமித்ர

248

காதலென்றால்
என்ன

கைவிடப்பட்ட
காமம்

உறுப்புகள்
திமிருகையில்
காதல்
கைபிசைந்து
கண்ணீர் சிந்துகிறது

249

தமிழன்னைக்கும்
இருப்பது
யோனிதான்

கண்ணீரென்பதென்ன
சொற்களின்
கசப்புச்சுவை

250

என்னை
புணர
நான் தேர்ந்தெடுத்தது
தனிமைதான்

அவ்வளவுதான்
சொல்வேன்

குருதி
பாயும் உடலில்
கண்ணீரும்
பாய்கிறது

இரண்டுக்கும்
உப்புச்சுவை

உப்பு
சாரத்தை
இழக்கிறது

கண்ணீரை
வடிகட்டியருந்தும்போது
புன்னகை
செய்வதேன்
வசுமித்ர

251

தனியாக
இருக்கிறேன்

ஒற்றை
ஓநாய்

என்னிடம்
நானே
கவனமாய் இருக்கிறேன்

அவ்வளவுதான்
சொல்வேன்
ஆமென்

252

எனது
முலைகள்
நிர்வாணமாயிருக்கின்றன

தாய்ப்பால்
அருந்துவாயா

எச்சில்
வைப்பாயா

சொல்

நான்
ஆணா
பெண்ணா

253

இரக்கமற்ற
முத்தத்தை
குழந்தையிடம் பிடுங்காதீர்

கன்னத்தைக் காட்டி
மிட்டாய் தருகிறேனென
சொல்லும்போது

முத்தத்திற்கு
விலை நிர்ணயிக்கப்படுகிறது

அறிவீர்களா
சில்லறைக்காசுகளின் ஒலியில்
சிலுவையைச் சுமப்பதெப்படி

254

மன்னிப்புக் கேட்பதெப்படி
மயா

வேறொன்றுமில்லை
மித்ர

அதே
துயரத்தை
மறுபடி
புணராமலிருப்பது

255

இந்த
மதியம்
அத்தனை
எளிமையாய் இருக்கிறது

சூரியனை
மழை
கொஞ்சம்
நிதானமாய்
புணர்கிறது

நன்றி

டிங்கு
க.சந்தானம்
எஸ்.பாலச்சந்திரன்
ராகுல்
வசிஷ்ட க்ருஷ்ணா
அழகுராஜா
Royalaccord